ANG MAGKAPANABAY SERBESA PAGGAWA HANBUK

Pagandahin ang Iyong Brews sa Mga Sariwang Teknik at 100 Matapang na Panlasa

Margarita Blanco

Copyright Material ©2023

Lahat ng Karapatan ay Nakalaan

Walang bahagi ng aklat na ito ang maaaring gamitin o ipadala sa anumang anyo o sa anumang paraan nang walang wastong nakasulat na pahintulot ng publisher at may-ari ng copyright, maliban sa mga maikling sipi na ginamit sa isang pagsusuri. Ang aklat na ito ay hindi dapat ituring na kapalit ng medikal, legal, o iba pang propesyonal na payo.

TALAAN NG MGA NILALAMAN

PANIMULA **6**

KAGALINGAN AT SPECIALTY SERBESAS **7**

    1. Matamis Lavender Serbesa 8
    2. Seresakahoy Naninigarilyo   Serbesa 10
    3. Coffee Vanilla Serbesa 12
    4. Brettanomyces-Umasim Serbesa 14
    5. Mango Chili Serbesa 16
    6. Itim kagubatanSerbesa 18
    7. Halamang gamot Lemongrass Luya Serbesa 20
    8. Baltic Porter Serbesa 22
    9. Sour Mashed Berliner Weisse Serbesa 24
    10. Malaking halaga Tsokolate Chip Serbesa 26

AMERIKANO SERBESA **28**

    11. Amerikano Liwanag Serbesa 29
    12. Amerikanong Amber Serbesa 31
    13. Amerikanong Pilsner 33
    14. Amerikano Matamis Serbesa 35
    15. Amerikano IPL (India Pale Serbesa) 37
    16. Amerikano Krema Ale 39
    17. Amerikano Itim Serbesa 41
    18. Amerikano Matamis Trigo Serbesa 43

EUROPEAN SERBESAS **45**

    19. German Helles 46
    20. Czech Pilsner 48
    21. Irish Pula Serbesa 50
    22. Belgian Pale Serbesa 52
    23. British Bitter Serbesa 54
    24. Polish Baltic Porter 56
    25. Italian Pilsner 58
    26. Dutch Bock 60

VIENNA SERBESA **62**

    27. Inihaw na Vienna Serbesa 63
    28. Matamis Vienna Serbesa 65
    29. Madilim na Vienna Serbesa 67
    30. Citrus Vienna Serbesa 69

- 31. Vienna Serbesa kasama si Rye 71
- 32. Pinausukang Vienna Serbesa 73
- 33. Vienna Serbesa na may Noble Hops Blend 75

CZECH AMBER SERBESA..77

- 34. Klasikong Czech Amber Serbesa 78
- 35. Czech Amber Serbesa na may Itim Czech Serbesa Malt 80
- 36. Czech Amber Serbesa kasama ang CaraBohemian Malt 82
- 37. Czech Amber Serbesa kasama ang Vienna Rye Malt 84
- 38. Czech Amber Serbesa kasama si Tettnang Hops................................86

MEXICAN SERBESA 88

- 39. Mexican Vienna Serbesa 89
- 40. Mexican Liwanag Serbesa...91
- 41. Mexican Amber Serbesa 93
- 42. Mexican Mais Serbesa (Amerikano Krema Ale Style) 95
- 43. Mexican Itim Serbesa 97

MGA ASIAN SERBESAS..99

- 44. Japanese Kanin Serbesa 100
- 45. Thai Lemongrass Serbesa 102
- 46. Chinese Jasmine Kanin Serbesa 104
- 47. Vietnamese Bia Hoi (Sariwa serbesa) 106
- 48. Korean Barley Tsaa Serbesa 108

INTERNATIONAL PALE SERBESAS...110

- 49. German Pilsner 111
- 50. Indian Pale Serbesa...113
- 51. South African Pale Serbesa 115
- 52. Argentinian Patagonian Serbesa 117
- 53. Australian Galaxy Hop Serbesa 119

PRANSES-PRESS SERBESA 121

- 54. Malaking halaga-Infused Belgium Ale 122
- 55. IPA-Style Ale na may Coconut, Cocoa Nibs, at Oak..........................124
- 56. Kayumanggi Ale Na may nutmeg at cinnamon..................................126
- 57. Kayumanggi Mantikilya Pampalasa Pumpkin Ale 128
- 58. Trigo Ale With lavender at basil...130
- 59. Hibiscus Madilim at Bagyo 132
- 60. Amerikano Porter na may itim tsokolate at mani 134
- 61. Lambic na may Cocoa Nibs..136
- 62. Gatas Stout Na may malamig na brew at itim tsokolate 138
- 63. Gatas Stout na may niyog 140
- 64. Imperyal Stout na may Jalapeno Pepper at Cocoa 142
- 65. Kape-infused Imperyal Stout..144
- 66. Aged Imperyal Stout na may espresso...146

67. Gose na may Prambuwesas 148
68. Maputlang Ale na may Luya at Grapefruit 150
69. IPA na may Mango & Hops 152
70. Dalawa India Pale Ale na may Grapefruit 154
71. Trigo Serbesa na may Pakwan 156
72. Grapefruit Serbesamosa 158
73. Saison at Lemon Cookie 160
74. Gatas Stout at S'mores 162
75. Dunkel at Mani Mantikilya 164
76. Stout at Samoa 166
77. Barley wine at Toffee 168
78. IPA at Malaking halaga Tsokolate 170
79. Maputlang Serbesa Alster 172
80. Radlermass 174
81. Serbesa Shandy 176
82. Mexican Michelada 178
83. Klasikong Shandy 180
84. Serbesa margarita 182
85. Pale Serbesa na may Sikat ng araw 184
86. Cinco 186
87. Bacardi Lime Shot na may Serbesa 188
88. Fidelito 190
89. Lambic na may Fizzy Citrus 192
90. Guinness at Kumikinang alak 194
91. Champagne Mules 196
92. Dalawa Imperyal Stout na may Mantikilyafinger 198
93. Amber Serbesa May lemon at malaking halaga 200
94. Porter at Reese's Mani Mantikilya Cups 202
95. Pilsner at M&M's 204
96. Belgian Itim Ale & Snickers 206
97. Imperyal Stout na may langutngot 208
98. Dagdag Espesyal kasama 210
99. Kix at Gose 212
100. Scotch Ale at Cocoa Puffs 214

KONGKLUSYON 216

PANIMULA

Pagbati, kapwa brewer, mahilig, at naghahanap ng kahusayan sa paggawa ng serbesa! Maligayang pagdating sa makulay na mundo ng " Ang Magkapanabay Serbesa Paggawa Hanbuk" isang compendium na idinisenyo upang baguhin ang iyong karanasan sa paggawa ng serbesa. Sa isang tanawin kung saan ang paggawa ng serbesa ay parehong sining at agham, ang hanbuk na ito ay nagsisilbing iyong pasaporte sa isang lugar kung saan ang tradisyon ay nakakatugon sa pagbabago, at ang klasikong serbesa ay nabago sa isang kontemporaryong obra maestra.

Sa pagsisimula namin sa paglalakbay na ito, isipin ang isang serbeserya na puno ng hugong ng pagkamalikhain, halimuyak ng mga hops, at ang pag-asam ng paggawa ng mga serbesa na hindi inaasahan. Ang " Ang Magkapanabay Serbesa Paggawa Hanbuk" ay hindi lamang isang manwal; ito ay isang paggalugad ng mga diskarte na nagpapataas ng iyong mga brews at isang pagdiriwang ng mga lasa na sumasalamin sa mga dynamic na panlasa ng mga mahilig sa serbesa ngayon.

Sa mga susunod na pahina, sumisid kami nang malalim sa gitna ng modernong paggawa ng serbesa, kung saan tinatanggap ang mga sariwang diskarte, at karaniwan ang mga matapang na lasa. Ang bawat kabanata ay isang imbitasyon na lumabas sa ginhawa ng tradisyon at makipagsapalaran sa isang mundo kung saan ang mga serbesa ay nagbabago, umaangkop, at nakakaakit ng mga pakiramdam sa mga bago at kapana-panabik na paraan.

Isa ka mang batikang brewmaster na naghahanap ng inspirasyon o isang homebrewer na sabik na itulak ang mga hangganan ng iyong kagalingan, ang hanbuk na ito ay iyong kasama. Sama-sama, magsimula tayo sa isang brewing odyssey, tuklasin ang malawak na tanawin ng kontemporaryong serbesa paggawa—isang tanawin na puno ng inobasyon, pagkamalikhain, at paghahanap ng kahusayan sa paggawa ng serbesa.

Nawa'y bulalas ng pananabik ang iyong mga initan ng serbesa, ang iyong mga sisidlan ng fermentation ay umugong nang may pag-asa, at ang iyong mga huling pagbuhos ay maging isang patunay sa kasiningan at pagkakayari na nakapaloob sa bawat paghigop. Narito ang kontemporaryong rebolusyon sa paggawa ng serbesa—kung saan ang bawat serbesa ay isang pakikipagsapalaran, at ang bawat baso ay isang pagdiriwang ng matatapang na lasa at mga sariwang diskarte. Cheers sa kagalingan at ang kagalakan ng pagtulak sa mga hangganan ng serbesa paggawa!

KAGALINGAN AT SPECIALTY SERBESAS

1.Matamis Lavender Serbesa

MGA INGPULAIENTS:
- 8 lbs Pilsner malt
- 1 lb matamis (idinagdag sa flameout)
- 0.5 oz Saaz hops (60 minuto)
- 0.5 oz Saaz hops (15 minuto)
- Lavender (idinagdag sa flameout)
- Czech serbesa yeast (WLP802 o Wyeast 2278)

MGA TAGUBILIN:
a) I-mash ang Pilsner malt sa 150°F (65.6°C) sa loob ng 60 minuto.
b) Pakuluan ang wort, pagdaragdag ng Saaz hops ayon sa iskedyul.
c) Magdagdag ng matamis at lavender sa flameout at hayaan silang matarik habang pinapalamig.
d) Palamigin ang wort at ilipat sa isang fermenter.
e) I-pitch ang Czech serbesa yeast at i-ferment sa paligid ng 50°F (10°C) sa loob ng 3-4 na linggo.
f) Serbesa sa mas malamig na temperatura (mga 35°F o 1.7°C) para sa karagdagang 4-6 na linggo.
g) Bote na may priming sugar at edad sa loob ng ilang linggo bago tangkilikin.

2.Seresakahoy Naninigarilyo   Serbesa

MGA INGPULAIENTS:
- 8 lbs Munich malt
- 2 lbs na pinausukang malt ng Seresakahoy
- 0.5 lbs Caramel/Crystal malt (20L)
- 1 oz Saaz hops (60 minuto)
- 0.5 oz Saaz hops (15 minuto)
- German serbesa yeast (WLP830 o Wyeast 2124)

MGA TAGUBILIN:
a) I-mash ang mga butil sa 152°F (66.7°C) sa loob ng 60 minuto.
b) Pakuluan ang wort, pagdaragdag ng Saaz hops ayon sa iskedyul.
c) Palamigin ang wort at ilipat sa isang fermenter.
d) I-pitch ang German serbesa yeast at i-ferment sa paligid ng 50°F (10°C) sa loob ng 3-4 na linggo.
e) Serbesa sa mas malamig na temperatura (mga 35°F o 1.7°C) para sa karagdagang 4-6 na linggo.
f) Bote na may priming sugar at edad sa loob ng ilang linggo bago tangkilikin.

3.Coffee Vanilla Serbesa

MGA INGPULAIENTS:
- 7 lbs Vienna malt
- 2 lbs Munich malt
- 0.5 lbs Tsokolate malt
- 1 oz Saaz hops (60 minuto)
- 0.5 oz Saaz hops (15 minuto)
- Cold-brewed na kape (idagdag sa bottling)
- Vanilla extract (idagdag sa bottling)
- Czech serbesa yeast (WLP802 o Wyeast 2278)

MGA TAGUBILIN:
a) I-mash ang mga butil sa 152°F (66.7°C) sa loob ng 60 minuto.
b) Pakuluan ang wort, pagdaragdag ng Saaz hops ayon sa iskedyul.
c) Palamigin ang wort at ilipat sa isang fermenter.
d) I-pitch ang Czech serbesa yeast at i-ferment sa paligid ng 50°F (10°C) sa loob ng 3-4 na linggo.
e) Serbesa sa mas malamig na temperatura (mga 35°F o 1.7°C) para sa karagdagang 4-6 na linggo.
f) Magdagdag ng malamig na brewed na kape at vanilla extract sa bottling.
g) Bote na may priming sugar at edad sa loob ng ilang linggo bago tangkilikin.

4.Brettanomyces-Umasim Serbesa

MGA INGPULAIENTS:
- 8 lbs Pilsner malt
- 1 lb Munich malt
- 0.5 lbs Caramel/Crystal malt (20L)
- 1 oz Saaz hops (60 minuto)
- 0.5 oz Saaz hops (15 minuto)
- Brettanomyces Bruxelensis (itinaas kasama ng serbesa yeast)
- Czech serbesa yeast (WLP802 o Wyeast 2278)

MGA TAGUBILIN:
a) I-mash ang mga butil sa 152°F (66.7°C) sa loob ng 60 minuto.
b) Pakuluan ang wort, pagdaragdag ng Saaz hops ayon sa iskedyul.
c) Palamigin ang wort at ilipat sa isang fermenter.
d) I-pitch ang Czech serbesa yeast at Brettanomyces Bruxelensis.
e) Mag-ferment sa humigit-kumulang 50°F (10°C) sa loob ng 3-4 na linggo.
f) Serbesa sa mas malamig na temperatura (mga 35°F o 1.7°C) para sa karagdagang 4-6 na linggo.
g) Bote na may priming sugar at edad sa loob ng ilang linggo bago tangkilikin.

5. Mango Chili Serbesa

MGA INGPULAIENTS:
- 8 lbs Pilsner malt
- 1 lb Vienna malt
- 1 lb Mango puree (idagdag sa flameout)
- 1 jalapeño pepper (hiniwa, idagdag sa flameout)
- 0.5 oz Saaz hops (60 minuto)
- 0.5 oz Saaz hops (15 minuto)
- Mexican Serbesa yeast (WLP940 o Wyeast 2035)

MGA TAGUBILIN:
a) I-mash ang mga butil sa 150°F (65.6°C) sa loob ng 60 minuto.
b) Pakuluan ang wort, pagdaragdag ng Saaz hops ayon sa iskedyul.
c) Magdagdag ng mangga na katas at hiniwang jalapeño sa flameout at hayaang matarik ang mga ito habang pinapalamig.
d) Palamigin ang wort at ilipat sa isang fermenter.
e) I-pitch ang Mexican Serbesa yeast at mag-ferment sa humigit-kumulang 50°F (10°C) sa loob ng 3-4 na linggo.
f) Serbesa sa mas malamig na temperatura (mga 35°F o 1.7°C) para sa karagdagang 4-6 na linggo.
g) Bote na may priming sugar at edad sa loob ng ilang linggo bago tangkilikin.

6.Itim kagubatanSerbesa

MGA INGPULAIENTS:
- 7 lbs Munich malt
- 2 lbs Pilsner malt
- 0.5 lbs Tsokolate malt
- 0.25 lbs Black Patent malt
- 1 oz Tettnang hops (60 minuto)
- 0.5 oz Tettnang hops (15 minuto)
- German serbesa yeast (WLP830 o Wyeast 2124)

MGA TAGUBILIN:
a) I-mash ang mga butil sa 152°F (66.7°C) sa loob ng 60 minuto.
b) Pakuluan ang wort, pagdaragdag ng Tettnang hops ayon sa iskedyul.
c) Palamigin ang wort at ilipat sa isang fermenter.
d) I-pitch ang German serbesa yeast at i-ferment sa paligid ng 50°F (10°C) sa loob ng 3-4 na linggo.
e) Serbesa sa mas malamig na temperatura (mga 35°F o 1.7°C) para sa karagdagang 4-6 na linggo.
f) Bote na may priming sugar at edad sa loob ng ilang linggo bago tangkilikin.

7. Halamang gamot Lemongrass Luya Serbesa

MGA INGPULAIENTS:
- 8 lbs Pilsner malt
- 1 lb Vienna malt
- Tanglad (idagdag sa flameout)
- Sariwang luya (gadgad, idagdag sa flameout)
- 1 oz Saaz hops (60 minuto)
- 0.5 oz Saaz hops (15 minuto)
- Belgian serbesa yeast (WLP815 o Wyeast 2124)

MGA TAGUBILIN:
a) I-mash ang mga butil sa 150°F (65.6°C) sa loob ng 60 minuto.
b) Pakuluan ang wort, pagdaragdag ng Saaz hops ayon sa iskedyul.
c) Magdagdag ng tanglad at gadgad na luya sa flameout at hayaan silang matarik habang lumalamig.
d) Palamigin ang wort at ilipat sa isang fermenter.
e) I-pitch ang Belgian serbesa yeast at i-ferment sa humigit-kumulang 50°F (10°C) sa loob ng 3-4 na linggo.
f) Serbesa sa mas malamig na temperatura (mga 35°F o 1.7°C) para sa karagdagang 4-6 na linggo.
g) Bote na may priming sugar at edad sa loob ng ilang linggo bago tangkilikin.

8.Baltic Porter Serbesa

MGA INGPULAIENTS:
- 8 lbs Munich malt
- 2 lbs Pilsner malt
- 0.5 lbs Tsokolate malt
- 0.25 lbs Espesyal na B malt
- 1 oz Saaz hops (60 minuto)
- 0.5 oz Saaz hops (15 minuto)
- Baltic serbesa yeast (WLP802 o Wyeast 2278)

MGA TAGUBILIN:
a) I-mash ang mga butil sa 154°F (67.8°C) sa loob ng 60 minuto.
b) Pakuluan ang wort, pagdaragdag ng Saaz hops ayon sa iskedyul.
c) Palamigin ang wort at ilipat sa isang fermenter.
d) I-pitch ang Baltic serbesa yeast at i-ferment sa paligid ng 50°F (10°C) sa loob ng 3-4 na linggo.
e) Serbesa sa mas malamig na temperatura (mga 35°F o 1.7°C) para sa karagdagang 4-6 na linggo.
f) Bote na may priming sugar at edad sa loob ng ilang linggo bago tangkilikin.

9.Sour Mashed Berliner Weisse Serbesa

MGA INGPULAIENTS:
- 6 lbs Pilsner malt
- 1 lb Trigo malt
- 1 lb Acidulated malt
- Kultura ng Lactobacillus (sour mash)
- 1 oz Saaz hops (60 minuto)
- German serbesa yeast (WLP830 o Wyeast 2124)

MGA TAGUBILIN:
a) I-mash ang mga butil sa 150°F (65.6°C) sa loob ng 60 minuto.
b) Magsagawa ng sour mash na may lactobacillus culture sa loob ng 24-48 na oras hanggang sa maabot ang ninanais na asim.
c) Pakuluan ang wort, pagdaragdag ng Saaz hops ayon sa iskedyul.
d) Palamigin ang wort at ilipat sa isang fermenter.
e) I-pitch ang German serbesa yeast at i-ferment sa paligid ng 50°F (10°C) sa loob ng 3-4 na linggo.
f) Serbesa sa mas malamig na temperatura (mga 35°F o 1.7°C) para sa karagdagang 4-6 na linggo.
g) Bote na may priming sugar at edad sa loob ng ilang linggo bago tangkilikin.

10. Malaking halaga Tsokolate Chip Serbesa

MGA INGPULAIENTS:
- 7 lbs Munich malt
- 2 lbs Pilsner malt
- 0.5 lbs Tsokolate malt
- 0.5 lbs Caramel/Crystal malt (40L)
- Mga sariwang dahon ng malaking halaga (idagdag sa flameout)
- 1 oz Saaz hops (60 minuto)
- 0.5 oz Saaz hops (15 minuto)
- German serbesa yeast (WLP830 o Wyeast 2124)

MGA TAGUBILIN:
a) I-mash ang mga butil sa 152°F (66.7°C) sa loob ng 60 minuto.
b) Pakuluan ang wort, pagdaragdag ng Saaz hops ayon sa iskedyul.
c) Magdagdag ng mga sariwang dahon ng malaking halaga sa flameout at hayaan silang matarik habang pinapalamig.
d) Palamigin ang wort at ilipat sa isang fermenter.
e) I-pitch ang German serbesa yeast at i-ferment sa paligid ng 50°F (10°C) sa loob ng 3-4 na linggo.
f) Serbesa sa mas malamig na temperatura (mga 35°F o 1.7°C) para sa karagdagang 4-6 na linggo.
g) Bote na may priming sugar at edad sa loob ng ilang linggo bago tangkilikin.

AMERIKANO SERBESA

11. Amerikano Liwanag Serbesa

MGA INGPULAIENTS:
- 8 lbs Amerikano 2-row malt
- 1 lb flaked kanin
- 0.5 oz Saaz hops (60 minuto)
- 0.5 oz Saaz hops (15 minuto)
- Amerikano serbesa yeast

MGA TAGUBILIN:
a) I-mash ang mga butil sa 150°F (65.6°C) sa loob ng 60 minuto.
b) Pakuluan ang wort, pagdaragdag ng mga hops ayon sa iskedyul.
c) Palamigin ang wort at ilipat sa isang fermenter.
d) I-pitch ang yeast at i-ferment sa paligid ng 50°F (10°C) sa loob ng 2-3 linggo.
e) Bote na may priming sugar at edad sa loob ng ilang linggo bago tangkilikin.

12. Amerikanong Amber Serbesa

MGA INGPULAIENTS:
- 7 lbs Vienna malt
- 3 lbs Munich malt
- 0.5 lbs Crystal 40L malt
- 1 oz Cascade hops (60 minuto)
- 0.5 oz Cascade hops (15 minuto)
- Amerikano serbesa yeast

MGA TAGUBILIN:
a) I-mash ang mga butil sa 152°F (66.7°C) sa loob ng 60 minuto.
b) Pakuluan ang wort, pagdaragdag ng mga hops ayon sa iskedyul.
c) Palamigin ang wort at ilipat sa isang fermenter.
d) I-pitch ang yeast at i-ferment sa paligid ng 50°F (10°C) sa loob ng 3-4 na linggo.
e) Serbesa sa mas malamig na temperatura (mga 35°F o 1.7°C) para sa karagdagang 4-6 na linggo.
f) Bote na may priming sugar at edad sa loob ng ilang linggo bago tangkilikin.

13. Amerikanong Pilsner

MGA INGPULAIENTS:
- 9 lbs Pilsner malt
- 1 lb Munich malt
- 1 oz Saaz hops (60 minuto)
- 1 oz Saaz hops (30 minuto)
- 1 oz Saaz hops (15 minuto)
- Amerikano serbesa yeast

MGA TAGUBILIN:
a) I-mash ang mga butil sa 148°F (64.4°C) sa loob ng 60 minuto.
b) Pakuluan ang wort, pagdaragdag ng mga hops ayon sa iskedyul.
c) Palamigin ang wort at ilipat sa isang fermenter.
d) I-pitch ang yeast at i-ferment sa paligid ng 50°F (10°C) sa loob ng 3-4 na linggo.
e) Serbesa sa mas malamig na temperatura (mga 35°F o 1.7°C) para sa karagdagang 4-6 na linggo.
f) Bote na may priming sugar at edad sa loob ng ilang linggo bago tangkilikin.

14. Amerikano Matamis Serbesa

MGA INGPULAIENTS:
- 8 lbs Pilsner malt
- 1 lb matamis malt
- 1 lb matamis (idinagdag sa flameout)
- 0.5 oz Cascade hops (60 minuto)
- 0.5 oz Cascade hops (15 minuto)
- Amerikano serbesa yeast

MGA TAGUBILIN:
a) I-mash ang mga butil sa 150°F (65.6°C) sa loob ng 60 minuto.
b) Pakuluan ang wort, pagdaragdag ng mga hops ayon sa iskedyul.
c) Magdagdag ng matamis sa flameout at haluing mabuti.
d) Palamigin ang wort at ilipat sa isang fermenter.
e) I-pitch ang yeast at i-ferment sa paligid ng 50°F (10°C) sa loob ng 3-4 na linggo.
f) Serbesa sa mas malamig na temperatura (mga 35°F o 1.7°C) para sa karagdagang 4-6 na linggo.
g) Bote na may priming sugar at edad sa loob ng ilang linggo bago tangkilikin.

15. Amerikano IPL (India Pale Serbesa)

MGA INGPULAIENTS:
- 8 lbs maputlang malt
- 1 lb Munich malt
- 0.5 lbs Crystal 20L malt
- 1 oz Centennial hops (60 minuto)
- 1 oz Cascade hops (30 minuto)
- 1 oz Citra hops (15 minuto)
- Amerikano serbesa yeast

MGA TAGUBILIN:
a) I-mash ang mga butil sa 152°F (66.7°C) sa loob ng 60 minuto.
b) Pakuluan ang wort, pagdaragdag ng mga hops ayon sa iskedyul.
c) Palamigin ang wort at ilipat sa isang fermenter.
d) I-pitch ang yeast at i-ferment sa paligid ng 50°F (10°C) sa loob ng 3-4 na linggo.
e) Serbesa sa mas malamig na temperatura (mga 35°F o 1.7°C) para sa karagdagang 4-6 na linggo.
f) Bote na may priming sugar at edad sa loob ng ilang linggo bago tangkilikin.

16.Amerikano Krema Ale

MGA INGPULAIENTS:
- 6 lbs maputlang malt
- 1 lb Tinapak na mais
- 0.5 lbs Carafoam malt
- 0.5 oz Cluster hops (60 minuto)
- 0.5 oz Saaz hops (15 minuto)
- Amerikano ale yeast (maaaring gumamit ng serbesa yeast kung may kakayahan kang mag-ferment sa mas mababang temperatura)

MGA TAGUBILIN:
a) I-mash ang mga butil sa 152°F (66.7°C) sa loob ng 60 minuto.
b) Pakuluan ang wort, pagdaragdag ng mga hops ayon sa iskedyul.
c) Palamigin ang wort at ilipat sa isang fermenter.
d) I-pitch ang yeast at i-ferment sa paligid ng 60°F (15.6°C) sa loob ng 2-3 linggo.
e) Serbesa sa mas malamig na temperatura (mga 35°F o 1.7°C) para sa karagdagang 2-4 na linggo (opsyonal).
f) Bote na may priming sugar at edad sa loob ng ilang linggo bago tangkilikin.

17.Amerikano Itim Serbesa

MGA INGPULAIENTS:
- 7 lbs Munich malt
- 3 lbs Pilsner malt
- 0.5 lbs Tsokolate malt
- 1 oz Tettnang hops (60 minuto)
- 0.5 oz Tettnang hops (15 minuto)
- Amerikano serbesa yeast

MGA TAGUBILIN:
a) I-mash ang mga butil sa 155°F (68.3°C) sa loob ng 60 minuto.
b) Pakuluan ang wort, pagdaragdag ng mga hops ayon sa iskedyul.
c) Palamigin ang wort at ilipat sa isang fermenter.
d) I-pitch ang yeast at i-ferment sa paligid ng 50°F (10°C) sa loob ng 3-4 na linggo.
e) Serbesa sa mas malamig na temperatura (mga 35°F o 1.7°C) para sa karagdagang 4-6 na linggo.
f) Bote na may priming sugar at edad sa loob ng ilang linggo bago tangkilikin.

18.Amerikano Matamis Trigo Serbesa

MGA INGPULAIENTS:
- 5 lbs Trigo malt
- 4 lbs maputlang malt
- 1 lb matamis (idinagdag sa flameout)
- 1 oz Hallertau hops (60 minuto)
- 0.5 oz Hallertau hops (15 minuto)
- Amerikano serbesa yeast

MGA TAGUBILIN:
a) I-mash ang mga butil sa 152°F (66.7°C) sa loob ng 60 minuto.
b) Pakuluan ang wort, pagdaragdag ng mga hops ayon sa iskedyul.
c) Magdagdag ng matamis sa flameout at haluing mabuti.
d) Palamigin ang wort at ilipat sa isang fermenter.
e) I-pitch ang yeast at i-ferment sa paligid ng 50°F (10°C) sa loob ng 3-4 na linggo.
f) Serbesa sa mas malamig na temperatura (mga 35°F o 1.7°C) para sa karagdagang 4-6 na linggo.
g) Bote na may priming sugar at edad sa loob ng ilang linggo bago tangkilikin.

EUROPEAN SERBESAS

19. German Helles

MGA INGPULAIENTS:
- 8 lbs Pilsner malt
- 1 lb Munich malt
- 0.25 lbs Melanoidin malt
- 1 oz Hallertau hops (60 minuto)
- 0.5 oz Tettnang hops (15 minuto)
- German serbesa yeast (WLP830 o Wyeast 2124)

MGA TAGUBILIN:
a) I-mash ang mga butil sa 150°F (65.6°C) sa loob ng 60 minuto.
b) Pakuluan ang wort, pagdaragdag ng mga hops ayon sa iskedyul.
c) Palamigin ang wort at ilipat sa isang fermenter.
d) I-pitch ang yeast at i-ferment sa paligid ng 50°F (10°C) sa loob ng 3-4 na linggo.
e) Serbesa sa mas malamig na temperatura (mga 35°F o 1.7°C) para sa karagdagang 4-6 na linggo.
f) Bote na may priming sugar at edad sa loob ng ilang linggo bago tangkilikin.

20. Czech Pilsner

MGA INGPULAIENTS:
- 9 lbs Pilsner malt
- 1 lb Carapils malt
- 1 oz Saaz hops (60 minuto)
- 1 oz Saaz hops (30 minuto)
- 1 oz Saaz hops (15 minuto)
- Czech serbesa yeast (WLP802 o Wyeast 2278)

MGA TAGUBILIN:
a) I-mash ang mga butil sa 150°F (65.6°C) sa loob ng 60 minuto.
b) Pakuluan ang wort, pagdaragdag ng Saaz hops ayon sa iskedyul.
c) Palamigin ang wort at ilipat sa isang fermenter.
d) I-pitch ang yeast at i-ferment sa paligid ng 50°F (10°C) sa loob ng 3-4 na linggo.
e) Serbesa sa mas malamig na temperatura (mga 35°F o 1.7°C) para sa karagdagang 4-6 na linggo.
f) Bote na may priming sugar at edad sa loob ng ilang linggo bago tangkilikin.

21.Irish Pula Serbesa

MGA INGPULAIENTS:
- 7 lbs Munich malt
- 3 lbs Vienna malt
- 0.5 lbs Crystal 40L malt
- 0.25 lbs Melanoidin malt
- 1 oz East Kent Goldings hops (60 minuto)
- Irish ale yeast (na-ferment bilang serbesa sa mas mababang temperatura, WLP004 o Wyeast 1084)

MGA TAGUBILIN:
a) I-mash ang mga butil sa 154°F (67.8°C) sa loob ng 60 minuto.
b) Pakuluan ang wort, pagdaragdag ng East Kent Goldings hops ayon sa iskedyul.
c) Palamigin ang wort at ilipat sa isang fermenter.
d) I-pitch ang Irish ale yeast at i-ferment sa paligid sa 50°F (10°C) sa loob ng 3-4 na linggo.
e) Serbesa sa mas malamig na temperatura (mga 35°F o 1.7°C) para sa karagdagang 4-6 na linggo.
f) Bote na may priming sugar at edad sa loob ng ilang linggo bago tangkilikin.

22. Belgian Pale Serbesa

MGA INGPULAIENTS:
- 8 lbs Pilsner malt
- 1 lb Mabangong malt
- 0.5 lbs Biscuit malt
- 1 oz Styrian Goldings hops (60 minuto)
- 0.5 oz Saaz hops (15 minuto)
- Belgian serbesa yeast (WLP815 o Wyeast 2247)

MGA TAGUBILIN:
a) I-mash ang mga butil sa 150°F (65.6°C) sa loob ng 60 minuto.
b) Pakuluan ang wort, pagdaragdag ng mga hops ayon sa iskedyul.
c) Palamigin ang wort at ilipat sa isang fermenter.
d) I-pitch ang yeast at i-ferment sa paligid ng 50°F (10°C) sa loob ng 3-4 na linggo.
e) Serbesa sa mas malamig na temperatura (mga 35°F o 1.7°C) para sa karagdagang 4-6 na linggo.
f) Bote na may priming sugar at edad sa loob ng ilang linggo bago tangkilikin.

23.British Bitter Serbesa

MGA INGPULAIENTS:
- 8 lbs Maris Otter malt
- 1 lb Caramel/Crystal malt (20L)
- 1 oz East Kent Goldings hops (60 minuto)
- 0.5 oz East Kent Goldings hops (15 minuto)
- English serbesa yeast (WLP002 o Wyeast 1968)

MGA TAGUBILIN:
a) I-mash ang mga butil sa 152°F (66.7°C) sa loob ng 60 minuto.
b) Pakuluan ang wort, pagdaragdag ng East Kent Goldings hops ayon sa iskedyul.
c) Palamigin ang wort at ilipat sa isang fermenter.
d) I-pitch ang yeast at i-ferment sa paligid ng 50°F (10°C) sa loob ng 3-4 na linggo.
e) Serbesa sa mas malamig na temperatura (mga 35°F o 1.7°C) para sa karagdagang 4-6 na linggo.
f) Bote na may priming sugar at edad sa loob ng ilang linggo bago tangkilikin.

24. Polish Baltic Porter

MGA INGPULAIENTS:
- 9 lbs Munich malt
- 2 lbs Itim Munich malt
- 0.5 lbs Tsokolate malt
- 0.5 lbs Carafa III malt
- 1 oz Saaz hops (60 minuto)
- Polish serbesa yeast (Safserbesa W-34/70 o katulad)

MGA TAGUBILIN:
a) I-mash ang mga butil sa 156°F (68.9°C) sa loob ng 60 minuto.
b) Pakuluan ang wort, pagdaragdag ng Saaz hops ayon sa iskedyul.
c) Palamigin ang wort at ilipat sa isang fermenter.
d) I-pitch ang yeast at i-ferment sa paligid ng 50°F (10°C) sa loob ng 3-4 na linggo.
e) Serbesa sa mas malamig na temperatura (mga 35°F o 1.7°C) para sa karagdagang 4-6 na linggo.
f) Bote na may priming sugar at edad sa loob ng ilang linggo bago tangkilikin.

25. Italian Pilsner

MGA INGPULAIENTS:
- 8 lbs Pilsner malt
- 1 lb Vienna malt
- 0.5 lbs Carapils malt
- 1 oz Saaz hops (60 minuto)
- 1 oz Tettnang hops (15 minuto)
- Italian serbesa yeast (Safserbesa S-23 o katulad)

MGA TAGUBILIN:
a) I-mash ang mga butil sa 150°F (65.6°C) sa loob ng 60 minuto.
b) Pakuluan ang wort, pagdaragdag ng mga hops ayon sa iskedyul.
c) Palamigin ang wort at ilipat sa isang fermenter.
d) I-pitch ang yeast at i-ferment sa paligid ng 50°F (10°C) sa loob ng 3-4 na linggo.
e) Serbesa sa mas malamig na temperatura (mga 35°F o 1.7°C) para sa karagdagang 4-6 na linggo.
f) Bote na may priming sugar at edad sa loob ng ilang linggo bago tangkilikin.

26. Dutch Bock

MGA INGPULAIENTS:
- 7 lbs Munich malt
- 3 lbs Pilsner malt
- 0.5 lbs Caramunich malt
- 0.25 lbs Tsokolate malt
- 1 oz Hallertau hops (60 minuto)
- Dutch serbesa yeast (Safserbesa W-34/70 o katulad)

MGA TAGUBILIN:
a) I-mash ang mga butil sa 154°F (67.8°C) sa loob ng 60 minuto.
b) Pakuluan ang wort, pagdaragdag ng Hallertau hops ayon sa iskedyul.
c) Palamigin ang wort at ilipat sa isang fermenter.
d) I-pitch ang yeast at i-ferment sa paligid ng 50°F (10°C) sa loob ng 3-4 na linggo.
e) Serbesa sa mas malamig na temperatura (mga 35°F o 1.7°C) para sa karagdagang 4-6 na linggo.
f) Bote na may priming sugar at edad sa loob ng ilang linggo bago tangkilikin.

VIENNA SERBESA

27.Inihaw na Vienna Serbesa

MGA INGPULAIENTS:
- 8 lbs Vienna malt
- 1 lb Munich malt
- 0.5 lbs Victory malt
- 0.5 lbs Caramel/Crystal malt (40L)
- 1 oz Tettnang hops (60 minuto)
- Vienna Serbesa yeast (WLP830 o Wyeast 2206)

MGA TAGUBILIN:
a) I-mash ang mga butil sa 152°F (66.7°C) sa loob ng 60 minuto.
b) Pakuluan ang wort, pagdaragdag ng Tettnang hops ayon sa iskedyul.
c) Palamigin ang wort at ilipat sa isang fermenter.
d) I-pitch ang yeast at i-ferment sa paligid ng 50°F (10°C) sa loob ng 3-4 na linggo.
e) Serbesa sa mas malamig na temperatura (mga 35°F o 1.7°C) para sa karagdagang 4-6 na linggo.
f) Bote na may priming sugar at edad sa loob ng ilang linggo bago tangkilikin.

28.Matamis Vienna Serbesa

MGA INGPULAIENTS:
- 8 lbs Vienna malt
- 1 lb Munich malt
- 1 lb matamis (idinagdag sa flameout)
- 0.5 oz Saaz hops (60 minuto)
- 0.5 oz Saaz hops (15 minuto)
- Vienna Serbesa yeast (WLP830 o Wyeast 2206)

MGA TAGUBILIN:
a) I-mash ang mga butil sa 152°F (66.7°C) sa loob ng 60 minuto.
b) Pakuluan ang wort, pagdaragdag ng Saaz hops ayon sa iskedyul.
c) Magdagdag ng matamis sa flameout at haluing mabuti.
d) Palamigin ang wort at ilipat sa isang fermenter.
e) I-pitch ang yeast at i-ferment sa paligid ng 50°F (10°C) sa loob ng 3-4 na linggo.
f) Serbesa sa mas malamig na temperatura (mga 35°F o 1.7°C) para sa karagdagang 4-6 na linggo.
g) Bote na may priming sugar at edad sa loob ng ilang linggo bago tangkilikin.

29. Madilim na Vienna Serbesa

MGA INGPULAIENTS:
- 8 lbs Vienna malt
- 1 lb Munich malt
- 0.5 lbs Caramel/Crystal malt (60L)
- 0.25 lbs Tsokolate malt
- 1 oz Saaz hops (60 minuto)
- Vienna Serbesa yeast (WLP830 o Wyeast 2206)

MGA TAGUBILIN:
a) I-mash ang mga butil sa 154°F (67.8°C) sa loob ng 60 minuto.
b) Pakuluan ang wort, pagdaragdag ng Saaz hops ayon sa iskedyul.
c) Palamigin ang wort at ilipat sa isang fermenter.
d) I-pitch ang yeast at i-ferment sa paligid ng 50°F (10°C) sa loob ng 3-4 na linggo.
e) Serbesa sa mas malamig na temperatura (mga 35°F o 1.7°C) para sa karagdagang 4-6 na linggo.
f) Bote na may priming sugar at edad sa loob ng ilang linggo bago tangkilikin.

30.Citrus Vienna Serbesa

MGA INGPULAIENTS:
- 8 lbs Vienna malt
- 1 lb Munich malt
- 0.5 lbs Caramel/Crystal malt (20L)
- 1 oz Hallertau hops (60 minuto)
- 0.5 oz Saaz hops (15 minuto)
- Zest ng isang orange (idinagdag sa flameout)
- Vienna Serbesa yeast (WLP830 o Wyeast 2206)

MGA TAGUBILIN:
a) I-mash ang mga butil sa 152°F (66.7°C) sa loob ng 60 minuto.
b) Pakuluan ang wort, pagdaragdag ng Hallertau hops ayon sa iskedyul.
c) Idagdag ang zest ng isang orange sa flameout at haluing mabuti.
d) Palamigin ang wort at ilipat sa isang fermenter.
e) I-pitch ang yeast at i-ferment sa paligid ng 50°F (10°C) sa loob ng 3-4 na linggo.
f) Serbesa sa mas malamig na temperatura (mga 35°F o 1.7°C) para sa karagdagang 4-6 na linggo.
g) Bote na may priming sugar at edad sa loob ng ilang linggo bago tangkilikin.

31.Vienna Serbesa kasama si Rye

MGA INGPULAIENTS:
- 7 lbs Vienna malt
- 2 lbs Rye malt
- 1 lb Munich malt
- 0.5 lbs Caramel/Crystal malt (20L)
- 1 oz Saaz hops (60 minuto)
- Vienna Serbesa yeast (WLP830 o Wyeast 2206)

MGA TAGUBILIN:
a) I-mash ang mga butil sa 152°F (66.7°C) sa loob ng 60 minuto.
b) Pakuluan ang wort, pagdaragdag ng Saaz hops ayon sa iskedyul.
c) Palamigin ang wort at ilipat sa isang fermenter.
d) I-pitch ang yeast at i-ferment sa paligid ng 50°F (10°C) sa loob ng 3-4 na linggo.
e) Serbesa sa mas malamig na temperatura (mga 35°F o 1.7°C) para sa karagdagang 4-6 na linggo.
f) Bote na may priming sugar at edad sa loob ng ilang linggo bago tangkilikin.

32.Pinausukang Vienna Serbesa

MGA INGPULAIENTS:
- 8 lbs Vienna malt
- 1 lb na pinausukang malt ng Beechkahoy
- 0.5 lbs Caramel/Crystal malt (20L)
- 1 oz Saaz hops (60 minuto)
- Vienna Serbesa yeast (WLP830 o Wyeast 2206)

MGA TAGUBILIN:
a) I-mash ang mga butil sa 152°F (66.7°C) sa loob ng 60 minuto.
b) Pakuluan ang wort, pagdaragdag ng Saaz hops ayon sa iskedyul.
c) Palamigin ang wort at ilipat sa isang fermenter.
d) I-pitch ang yeast at i-ferment sa paligid ng 50°F (10°C) sa loob ng 3-4 na linggo.
e) Serbesa sa mas malamig na temperatura (mga 35°F o 1.7°C) para sa karagdagang 4-6 na linggo.
f) Bote na may priming sugar at edad sa loob ng ilang linggo bago tangkilikin.

33.Vienna Serbesa na may Noble Hops Blend

MGA INGPULAIENTS:
- 8 lbs Vienna malt
- 1 lb Munich malt
- 0.5 lbs Caramel/Crystal malt (20L)
- 1 oz Tettnang/Saaz hops blend (60 minuto)
- 0.5 oz Tettnang/Saaz hops timpla (15 minuto)
- Vienna Serbesa yeast (WLP830 o Wyeast 2206)

MGA TAGUBILIN:
a) I-mash ang mga butil sa 152°F (66.7°C) sa loob ng 60 minuto.
b) Pakuluan ang wort, idagdag ang timpla ng Tettnang/Saaz hops ayon sa iskedyul.
c) Palamigin ang wort at ilipat sa isang fermenter.
d) I-pitch ang yeast at i-ferment sa paligid ng 50°F (10°C) sa loob ng 3-4 na linggo.
e) Serbesa sa mas malamig na temperatura (mga 35°F o 1.7°C) para sa karagdagang 4-6 na linggo.
f) Bote na may priming sugar at edad sa loob ng ilang linggo bago tangkilikin.

CZECH AMBER SERBESA

34.Klasikong Czech Amber Serbesa

MGA INGPULAIENTS:
- 8 lbs Vienna malt
- 1 lb Munich malt
- 0.5 lbs Caramel/Crystal malt (20L)
- 0.25 lbs Melanoidin malt
- 1 oz Saaz hops (60 minuto)
- 0.5 oz Saaz hops (15 minuto)
- Czech serbesa yeast (WLP802 o Wyeast 2278)

MGA TAGUBILIN:
a) I-mash ang mga butil sa 152°F (66.7°C) sa loob ng 60 minuto.
b) Pakuluan ang wort, pagdaragdag ng Saaz hops ayon sa iskedyul.
c) Palamigin ang wort at ilipat sa isang fermenter.
d) I-pitch ang yeast at i-ferment sa paligid ng 50°F (10°C) sa loob ng 3-4 na linggo.
e) Serbesa sa mas malamig na temperatura (mga 35°F o 1.7°C) para sa karagdagang 4-6 na linggo.
f) Bote na may priming sugar at edad sa loob ng ilang linggo bago tangkilikin.

35. Czech Amber Serbesa na may Itim Czech Serbesa Malt

MGA INGPULAIENTS:
- 7 lbs Vienna malt
- 2 lbs Itim Czech Serbesa malt
- 1 lb Munich malt
- 0.5 lbs Caramel/Crystal malt (40L)
- 1 oz Saaz hops (60 minuto)
- 0.5 oz Saaz hops (15 minuto)
- Czech serbesa yeast (WLP802 o Wyeast 2278)

MGA TAGUBILIN:
a) I-mash ang mga butil sa 152°F (66.7°C) sa loob ng 60 minuto.
b) Pakuluan ang wort, pagdaragdag ng Saaz hops ayon sa iskedyul.
c) Palamigin ang wort at ilipat sa isang fermenter.
d) I-pitch ang yeast at i-ferment sa paligid ng 50°F (10°C) sa loob ng 3-4 na linggo.
e) Serbesa sa mas malamig na temperatura (mga 35°F o 1.7°C) para sa karagdagang 4-6 na linggo.
f) Bote na may priming sugar at edad sa loob ng ilang linggo bago tangkilikin.

36. Czech Amber Serbesa kasama ang CaraBohemian Malt

MGA INGPULAIENTS:
- 8 lbs Vienna malt
- 1 lb Munich malt
- 0.5 lbs CaraBohemian malt
- 1 oz Saaz hops (60 minuto)
- 0.5 oz Saaz hops (15 minuto)
- Czech serbesa yeast (WLP802 o Wyeast 2278)

MGA TAGUBILIN:
a) I-mash ang mga butil sa 152°F (66.7°C) sa loob ng 60 minuto.
b) Pakuluan ang wort, pagdaragdag ng Saaz hops ayon sa iskedyul.
c) Palamigin ang wort at ilipat sa isang fermenter.
d) I-pitch ang yeast at i-ferment sa paligid ng 50°F (10°C) sa loob ng 3-4 na linggo.
e) Serbesa sa mas malamig na temperatura (mga 35°F o 1.7°C) para sa karagdagang 4-6 na linggo.
f) Bote na may priming sugar at edad sa loob ng ilang linggo bago tangkilikin.

37.Czech Amber Serbesa kasama ang Vienna Rye Malt

MGA INGPULAIENTS:
- 7 lbs Vienna malt
- 2 lbs Rye malt
- 1 lb Munich malt
- 0.5 lbs Caramel/Crystal malt (20L)
- 1 oz Saaz hops (60 minuto)
- Czech serbesa yeast (WLP802 o Wyeast 2278)

MGA TAGUBILIN:
a) I-mash ang mga butil sa 152°F (66.7°C) sa loob ng 60 minuto.
b) Pakuluan ang wort, pagdaragdag ng Saaz hops ayon sa iskedyul.
c) Palamigin ang wort at ilipat sa isang fermenter.
d) I-pitch ang yeast at i-ferment sa paligid ng 50°F (10°C) sa loob ng 3-4 na linggo.
e) Serbesa sa mas malamig na temperatura (mga 35°F o 1.7°C) para sa karagdagang 4-6 na linggo.
f) Bote na may priming sugar at edad sa loob ng ilang linggo bago tangkilikin.

38.Czech Amber Serbesa kasama si Tettnang Hops

MGA INGPULAIENTS:
- 8 lbs Vienna malt
- 1 lb Munich malt
- 0.5 lbs Caramel/Crystal malt (20L)
- 1 oz Tettnang hops (60 minuto)
- 0.5 oz Tettnang hops (15 minuto)
- Czech serbesa yeast (WLP802 o Wyeast 2278)

MGA TAGUBILIN:
a) I-mash ang mga butil sa 152°F (66.7°C) sa loob ng 60 minuto.
b) Pakuluan ang wort, pagdaragdag ng Tettnang hops ayon sa iskedyul.
c) Palamigin ang wort at ilipat sa isang fermenter.
d) I-pitch ang yeast at i-ferment sa paligid ng 50°F (10°C) sa loob ng 3-4 na linggo.
e) Serbesa sa mas malamig na temperatura (mga 35°F o 1.7°C) para sa karagdagang 4-6 na linggo.
f) Bote na may priming sugar at edad sa loob ng ilang linggo bago tangkilikin.

MEXICAN SERBESA

39.Mexican Vienna Serbesa

MGA INGPULAIENTS:
- 8 lbs Vienna malt
- 1 lb Munich malt
- 1 oz Saaz hops (60 minuto)
- 0.5 oz Saaz hops (15 minuto)
- Mexican Serbesa yeast (WLP940 o Wyeast 2035)

MGA TAGUBILIN:
a) I-mash ang mga butil sa 152°F (66.7°C) sa loob ng 60 minuto.
b) Pakuluan ang wort, pagdaragdag ng Saaz hops ayon sa iskedyul.
c) Palamigin ang wort at ilipat sa isang fermenter.
d) I-pitch ang yeast at i-ferment sa paligid ng 50°F (10°C) sa loob ng 3-4 na linggo.
e) Serbesa sa mas malamig na temperatura (mga 35°F o 1.7°C) para sa karagdagang 4-6 na linggo.
f) Bote na may priming sugar at edad sa loob ng ilang linggo bago tangkilikin.

40.Mexican Liwanag Serbesa

MGA INGPULAIENTS:
- 8 lbs Pilsner malt
- 1 lb Tinapak na mais
- 0.5 oz Saaz hops (60 minuto)
- 0.5 oz Saaz hops (15 minuto)
- Mexican Serbesa yeast (WLP940 o Wyeast 2035)

MGA TAGUBILIN:
a) I-mash ang mga butil sa 150°F (65.6°C) sa loob ng 60 minuto.
b) Pakuluan ang wort, pagdaragdag ng Saaz hops ayon sa iskedyul.
c) Palamigin ang wort at ilipat sa isang fermenter.
d) I-pitch ang yeast at i-ferment sa paligid ng 50°F (10°C) sa loob ng 2-3 linggo.
e) Serbesa sa mas malamig na temperatura (mga 35°F o 1.7°C) para sa karagdagang 4-6 na linggo.
f) Bote na may priming sugar at edad sa loob ng ilang linggo bago tangkilikin.

41. Mexican Amber Serbesa

MGA INGPULAIENTS:
- 7 lbs Vienna malt
- 2 lbs Munich malt
- 0.5 lbs Caramel/Crystal malt (20L)
- 1 oz Saaz hops (60 minuto)
- 0.5 oz Saaz hops (15 minuto)
- Mexican Serbesa yeast (WLP940 o Wyeast 2035)

MGA TAGUBILIN:
a) I-mash ang mga butil sa 152°F (66.7°C) sa loob ng 60 minuto.
b) Pakuluan ang wort, pagdaragdag ng Saaz hops ayon sa iskedyul.
c) Palamigin ang wort at ilipat sa isang fermenter.
d) I-pitch ang yeast at i-ferment sa paligid ng 50°F (10°C) sa loob ng 3-4 na linggo.
e) Serbesa sa mas malamig na temperatura (mga 35°F o 1.7°C) para sa karagdagang 4-6 na linggo.
f) Bote na may priming sugar at edad sa loob ng ilang linggo bago tangkilikin.

42.Mexican Mais Serbesa (Amerikano Krema Ale Style)

MGA INGPULAIENTS:
- 6 lbs 2-row Pale malt
- 2 lbs Flaked mais
- 0.5 lbs Munich malt
- 0.5 oz Saaz hops (60 minuto)
- 0.5 oz Saaz hops (15 minuto)
- Mexican Serbesa yeast (WLP940 o Wyeast 2035)

MGA TAGUBILIN:
a) I-mash ang mga butil sa 152°F (66.7°C) sa loob ng 60 minuto.
b) Pakuluan ang wort, pagdaragdag ng Saaz hops ayon sa iskedyul.
c) Palamigin ang wort at ilipat sa isang fermenter.
d) I-pitch ang yeast at i-ferment sa paligid ng 50°F (10°C) sa loob ng 2-3 linggo.
e) Serbesa sa mas malamig na temperatura (mga 35°F o 1.7°C) para sa karagdagang 4-6 na linggo.
f) Bote na may priming sugar at edad sa loob ng ilang linggo bago tangkilikin.

43.Mexican Itim Serbesa

MGA INGPULAIENTS:
- 7 lbs Munich malt
- 2 lbs Vienna malt
- 0.5 lbs Tsokolate malt
- 0.25 lbs Caramel/Crystal malt (40L)
- 1 oz Saaz hops (60 minuto)
- Mexican Serbesa yeast (WLP940 o Wyeast 2035)

MGA TAGUBILIN:
a) I-mash ang mga butil sa 154°F (67.8°C) sa loob ng 60 minuto.
b) Pakuluan ang wort, pagdaragdag ng Saaz hops ayon sa iskedyul.
c) Palamigin ang wort at ilipat sa isang fermenter.
d) I-pitch ang yeast at i-ferment sa paligid ng 50°F (10°C) sa loob ng 3-4 na linggo.
e) Serbesa sa mas malamig na temperatura (mga 35°F o 1.7°C) para sa karagdagang 4-6 na linggo.
f) Bote na may priming sugar at edad sa loob ng ilang linggo bago tangkilikin.

MGA ASIAN SERBESAS

44.Japanese Kanin Serbesa

MGA INGPULAIENTS:
- 7 lbs Pilsner malt
- 3 lbs flaked kanin (idagdag habang mash o pigsa)
- 0.5 oz Saaz hops (60 minuto)
- 0.5 oz Saaz hops (15 minuto)
- Japanese serbesa yeast (hal., S-189 o katulad)

MGA TAGUBILIN:
a) I-mash ang Pilsner malt sa 150°F (65.6°C) sa loob ng 60 minuto.
b) Pakuluan ang wort, pagdaragdag ng Saaz hops ayon sa iskedyul.
c) Kung gumagamit ng flaked kanin, idagdag ito nang direkta sa mash o sa kumukulong takure.
d) Palamigin ang wort at ilipat sa isang fermenter.
e) I-pitch ang Japanese serbesa yeast at i-ferment sa humigit-kumulang 50°F (10°C) sa loob ng 3-4 na linggo.
f) Serbesa sa mas malamig na temperatura (mga 35°F o 1.7°C) para sa karagdagang 4-6 na linggo.
g) Bote na may priming sugar at edad sa loob ng ilang linggo bago tangkilikin.

45. Thai Lemongrass Serbesa

MGA INGPULAIENTS:
- 8 lbs Pilsner malt
- 1 lb Munich malt
- 0.5 oz Saaz hops (60 minuto)
- 0.5 oz Saaz hops (15 minuto)
- Tanglad (idagdag sa flameout)
- Czech serbesa yeast (WLP802 o Wyeast 2278)

MGA TAGUBILIN:
a) I-mash ang mga butil sa 150°F (65.6°C) sa loob ng 60 minuto.
b) Pakuluan ang wort, pagdaragdag ng Saaz hops ayon sa iskedyul.
c) Magdagdag ng tanglad sa flameout at hayaan itong matarik habang pinapalamig.
d) Palamigin ang wort at ilipat sa isang fermenter.
e) I-pitch ang Czech serbesa yeast at i-ferment sa paligid ng 50°F (10°C) sa loob ng 3-4 na linggo.
f) Serbesa sa mas malamig na temperatura (mga 35°F o 1.7°C) para sa karagdagang 4-6 na linggo.
g) Bote na may priming sugar at edad sa loob ng ilang linggo bago tangkilikin.

46. Chinese Jasmine Kanin Serbesa

MGA INGPULAIENTS:
- 7 lbs Pilsner malt
- 3 lbs Jasmine kanin (idagdag habang mash o pigsa)
- 1 oz Saaz hops (60 minuto)
- 0.5 oz Saaz hops (15 minuto)
- Chinese serbesa yeast (hal., Shanghai Yeast S01 o katulad)

MGA TAGUBILIN:
a) I-mash ang Pilsner malt sa 150°F (65.6°C) sa loob ng 60 minuto.
b) Pakuluan ang wort, pagdaragdag ng Saaz hops ayon sa iskedyul.
c) Kung gumagamit ng Jasmine kanin, idagdag ito nang direkta sa mash o sa kumukulong takure.
d) Palamigin ang wort at ilipat sa isang fermenter.
e) I-pitch ang Chinese serbesa yeast at i-ferment sa paligid ng 50°F (10°C) sa loob ng 3-4 na linggo.
f) Serbesa sa mas malamig na temperatura (mga 35°F o 1.7°C) para sa karagdagang 4-6 na linggo.
g) Bote na may priming sugar at edad sa loob ng ilang linggo bago tangkilikin.

47.Vietnamese Bia Hoi (Sariwa serbesa)

MGA INGPULAIENTS:
- 8 lbs Pilsner malt
- 1 lb kanin flakes (idagdag habang kumukulo)
- 1 oz Saaz hops (60 minuto)
- 0.5 oz Saaz hops (15 minuto)
- Czech serbesa yeast (WLP802 o Wyeast 2278)

MGA TAGUBILIN:
a) I-mash ang Pilsner malt sa 150°F (65.6°C) sa loob ng 60 minuto.
b) Pakuluan ang wort, pagdaragdag ng Saaz hops ayon sa iskedyul.
c) Direktang magdagdag ng mga kanin flakes sa kumukulong takure.
d) Palamigin ang wort at ilipat sa isang fermenter.
e) I-pitch ang Czech serbesa yeast at i-ferment sa paligid ng 50°F (10°C) sa loob ng 3-4 na linggo.
f) Serbesa sa mas malamig na temperatura (mga 35°F o 1.7°C) para sa karagdagang 4-6 na linggo.
g) Bote na may priming sugar at edad sa loob ng ilang linggo bago tangkilikin.

48. Korean Barley Tsaa Serbesa

MGA INGPULAIENTS:
- 7 lbs Pilsner malt
- 2 lbs Barley tsaa (idagdag sa flameout)
- 1 oz Saaz hops (60 minuto)
- 0.5 oz Saaz hops (15 minuto)
- Korean serbesa yeast (hal., Safserbesa W-34/70 o katulad)

MGA TAGUBILIN:
a) I-mash ang Pilsner malt sa 150°F (65.6°C) sa loob ng 60 minuto.
b) Pakuluan ang wort, pagdaragdag ng Saaz hops ayon sa iskedyul.
c) Magdagdag ng barley tsaa sa flameout at hayaan itong matarik habang pinapalamig.
d) Palamigin ang wort at ilipat sa isang fermenter.
e) I-pitch ang Korean serbesa yeast at i-ferment sa humigit-kumulang 50°F (10°C) sa loob ng 3-4 na linggo.
f) Serbesa sa mas malamig na temperatura (mga 35°F o 1.7°C) para sa karagdagang 4-6 na linggo.
g) Bote na may priming sugar at edad sa loob ng ilang linggo bago tangkilikin.

INTERNATIONAL PALE SERBESAS

49. German Pilsner

MGA INGPULAIENTS:
- 9 lbs Pilsner malt
- 1 lb Munich malt
- 1 oz Saaz hops (60 minuto)
- 1 oz Saaz hops (15 minuto)
- German serbesa yeast (WLP830 o Wyeast 2124)

MGA TAGUBILIN:
a) I-mash ang mga butil sa 150°F (65.6°C) sa loob ng 60 minuto.
b) Pakuluan ang wort, pagdaragdag ng Saaz hops ayon sa iskedyul.
c) Palamigin ang wort at ilipat sa isang fermenter.
d) I-pitch ang German serbesa yeast at i-ferment sa paligid ng 50°F (10°C) sa loob ng 3-4 na linggo.
e) Serbesa sa mas malamig na temperatura (mga 35°F o 1.7°C) para sa karagdagang 4-6 na linggo.
f) Bote na may priming sugar at edad sa loob ng ilang linggo bago tangkilikin.

50.Indian Pale Serbesa

MGA INGPULAIENTS:
- 7 lbs Pilsner malt
- 2 lbs Vienna malt
- 1 oz Saaz hops (60 minuto)
- 1 oz Hallertau Blanc hops (15 minuto)
- Indian serbesa yeast (hal., White Labs WLP860 o isang malinis na ale yeast tulad ng WLP001)

MGA TAGUBILIN:
a) I-mash ang mga butil sa 150°F (65.6°C) sa loob ng 60 minuto.
b) Pakuluan ang wort, pagdaragdag ng Saaz hops sa simula ng pigsa at Hallertau Blanc hops sa huling 15 minuto.
c) Palamigin ang wort at ilipat sa isang fermenter.
d) I-pitch ang Indian serbesa yeast at i-ferment sa paligid ng 50°F (10°C) sa loob ng 3-4 na linggo.
e) Serbesa sa mas malamig na temperatura (mga 35°F o 1.7°C) para sa karagdagang 4-6 na linggo.
f) Bote na may priming sugar at edad sa loob ng ilang linggo bago tangkilikin.

51.South African Pale Serbesa

MGA INGPULAIENTS:
- 8 lbs Pilsner malt
- 1 lb Munich malt
- 0.5 lbs Carapils malt
- 1 oz Southern Star hops (60 minuto)
- 0.5 oz Southern Star hops (15 minuto)
- South African serbesa yeast (hal., Wyeast 2278 o SafSerbesa W-34/70)

MGA TAGUBILIN:
a) I-mash ang mga butil sa 152°F (66.7°C) sa loob ng 60 minuto.
b) Pakuluan ang wort, pagdaragdag ng Southern Star hops ayon sa iskedyul.
c) Palamigin ang wort at ilipat sa isang fermenter.
d) I-pitch ang South African serbesa yeast at i-ferment sa humigit-kumulang 50°F (10°C) sa loob ng 3-4 na linggo.
e) Serbesa sa mas malamig na temperatura (mga 35°F o 1.7°C) para sa karagdagang 4-6 na linggo.
f) Bote na may priming sugar at edad sa loob ng ilang linggo bago tangkilikin.

52.Argentinian Patagonian Serbesa

MGA INGPULAIENTS:
- 7 lbs Pilsner malt
- 2 lbs Patagonian malt (kung magagamit, o palitan ng Vienna malt)
- 1 oz Saaz hops (60 minuto)
- 0.5 oz Saaz hops (15 minuto)
- Argentinian serbesa yeast (hal., Fermentis Safserbesa W-34/70)

MGA TAGUBILIN:
a) I-mash ang mga butil sa 150°F (65.6°C) sa loob ng 60 minuto.
b) Pakuluan ang wort, pagdaragdag ng Saaz hops ayon sa iskedyul.
c) Palamigin ang wort at ilipat sa isang fermenter.
d) I-pitch ang Argentinian serbesa yeast at mag-ferment sa humigit-kumulang 50°F (10°C) sa loob ng 3-4 na linggo.
e) Serbesa sa mas malamig na temperatura (mga 35°F o 1.7°C) para sa karagdagang 4-6 na linggo.
f) Bote na may priming sugar at edad sa loob ng ilang linggo bago tangkilikin.

53. Australian Galaxy Hop Serbesa

MGA INGPULAIENTS:
- 8 lbs Pilsner malt
- 1 lb Munich malt
- 1 oz Galaxy hops (60 minuto)
- 0.5 oz Galaxy hops (15 minuto)
- Australian serbesa yeast (hal., Safserbesa S-189 o katulad)

MGA TAGUBILIN:
a) I-mash ang mga butil sa 152°F (66.7°C) sa loob ng 60 minuto.
b) Pakuluan ang wort, pagdaragdag ng Galaxy hops ayon sa iskedyul.
c) Palamigin ang wort at ilipat sa isang fermenter.
d) I-pitch ang Australian serbesa yeast at i-ferment sa humigit-kumulang 50°F (10°C) sa loob ng 3-4 na linggo.
e) Serbesa sa mas malamig na temperatura (mga 35°F o 1.7°C) para sa karagdagang 4-6 na linggo.
f) Bote na may priming sugar at edad sa loob ng ilang linggo bago tangkilikin.

PRANSES-PRESS SERBESA

54.Malaking halaga-Infused Belgium Ale

MGA INGPULAIENTS:
- ½ kalamansi, pinaasahan
- isang dakot ng sariwang dahon ng malaking halaga, napunit
- ¼ ng kalamansi, tinadtad
- 12-onsa na bote ng Belgian ale

MGA TAGUBILIN:
a) Balatan ang zest mula sa kalahating kalamansi gamit ang isang vegetable peeler, at idagdag ang zest sa iyong Pranses press.
b) Hatiin ang isang dakot ng sariwang dahon ng malaking halaga sa kalahati upang palabasin ang ilan sa kanilang mga aroma at idagdag sa Pranses press.
c) Pigain ang isang quarter ng kalamansi sa Pranses press at idagdag ang shell.
d) Ibuhos ang buong 12-onsa na bote ng ale at hayaang ma-infuse ng 3 minuto bago pindutin ang plunger pababa.

55.IPA-Style Ale na may Coconut, Cocoa Nibs, at Oak

MGA INGPULAIENTS:
- 1 kutsarang hinimay na niyog na hindi pinatamis
- 1 kutsara ng cocoa nibs
- ¼ tasa ng pinausukang oak
- 16 ounces ng IPA Ale

MGA TAGUBILIN:
a) Magdagdag ng 1 kutsara ng tinadtad na hindi matamis na niyog, 1 kutsara ng cocoa nibs, at ¼ tasa ng pinausukang mga piraso ng oak sa isang Pranses press.
b) Itaas na may 16 ounces ng IPA-Style Ale, at hayaang magpahinga ng 3 minuto bago ihain.

56.Kayumanggi Ale Na may nutmeg at cinnamon

MGA INGPULAIENTS:
- 1 buong nutmeg, dinurog
- 1 cinnamon stick, pinutol
- 1 Bote ng Kayumanggi Ale

MGA TAGUBILIN:
a) Kumuha ng isang buong nutmeg at basagin ito nang direkta sa gitna.
b) Kahit na ang nut ay magkakaroon ng kahanga-hangang malakas na amoy dito, hindi nito magagapi ang serbesa, kaya maaari mong ihulog ang buong bagay sa pindutin.
c) Pagkatapos ay i-snap ang isang cinnamon stick at idagdag ang magkabilang dulo kasama ang nutmeg.
d) Makukuha mo pa rin ang malutong na kayumanggi na ale notes ng base serbesa, ngunit may pampalasa na aftertaste.

57.Kayumanggi Mantikilya Pampalasa Pumpkin Ale

MGA INGPULAIENTS:
- 12 ounces ng Pumpkin ale
- 2 tablespoons unsalted mantikilya, kayumanggied
- 3 kutsarang itim kayumanggi sugar
- ¼ kutsarita ng luya
- ¼ kutsarita ng kanela
- ¼ kutsarita ng nutmeg
- 1 kutsarang brandy bawat baso
- 1 cinnamon stick para sa dekorasyon

MGA TAGUBILIN:
a) Magdagdag ng mantikilya sa isang maliit na kasirola at matunaw sa katamtamang init.
b) Magluto hanggang ang mantikilya ay maging matingkad na kayumanggi at magkaroon ng bahagyang nutty na amoy, mga 3 minuto.
c) Bawasan ang init sa mababang at magdagdag ng kayumanggi sugar at pampalasa; lutuin hanggang matunaw ang kayumanggi sugar at mala-paste ang timpla.
d) I-scrape sa isang maliit na mangkok o ramekin at takpan ng foil upang manatiling mainit.
e) Idagdag ang ale sa parehong kasirola at init sa medium hanggang mainit.
f) Kutsara ng dalawang kutsara ng pampalasa mantikilya mixture sa serving glass, ibuhos ang mainit na ale sa isang baso at magdagdag ng splash ng brandy, at haluin.
g) Palamutihan ng isang cinnamon stick.

58.Trigo Ale With lavender at basil

MGA INGPULAIENTS:
- 1 bote ng trigo ale
- isang dakot ng napunit na basil
- Isang kurot ng lavender

MGA TAGUBILIN:
a) Pagsamahin ang mga sangkap sa Pranses press.
b) Tumutulong ang Basil sa isang bahagyang halamang gamot note na nagbibigay ng kakaibang sariwang lasa. Tinutulungan ng Lavender na palamigin ang lasa ng serbesa na puno ng spice sa pamamagitan ng pagdaragdag ng banayad na floral na aspeto.

59. Hibiscus Madilim at Bagyo

MGA INGPULAIENTS:
- 1½ ounces maitim na rum
- ½ sariwang lime juiced
- 1 lata ng Hibiscus Luya Serbesa
- yelo
- Palamutihan ng Lime wedge at Hibiscus Flower

MGA TAGUBILIN:
a) Pagsamahin ang itim rum, lime juice, at Hibiscus Luya Serbesa sa isang Pranses press.
b) Ihain na pinalamutian ng lime wedge at pinatuyong bulaklak ng hibiscus.

60.Amerikano Porter na may itim tsokolate at mani

MGA INGPULAIENTS:
- 1 bote ng Amerikano Porter
- Isang dakot ng mani
- Tubig
- 2 parisukat ng tsokolate bar

MGA TAGUBILIN:
a) Banlawan ng tubig ang isang maliit na dakot ng mani, para hindi madagdagan ng masyadong maraming asin ang serbesa foam, pagkatapos ay durugin ang mga ito.
b) Pagkatapos ay kumuha ng isang malaking parisukat o dalawa mula sa isang tsokolate bar, at hiwain ito ng pino.
c) Ihulog ang dalawa sa iyong Pranses press na may kasamang bote ng serbesa.
d) Ang mga dinurog na mani ay nakakatulong na mailabas ang pampalasa ng mani mantikilya, at ang pait ng tsokolate ay nakakatulong na balansehin ang ilan sa tamis ng aktwal na serbesa mismo.

61. Lambic na may Cocoa Nibs

MGA INGPULAIENTS:
- 1 kutsarang cocoa nibs
- 12 ounces Lambic

MGA TAGUBILIN:
a) Magdagdag ng 1 kutsara ng cocoa nibs sa Pranses press.
b) Itaas na may 12 ounces na Lambic, hayaang matarik ng 3 minuto, pagkatapos ay pindutin ang filter at ihain.

62. Gatas Stout Na may malamig na brew at itim tsokolate

MGA INGPULAIENTS:
- 1 bote ng Gatas Stout
- 2 onsa ng malamig na brewed na kape
- ilang piraso ng kakaw

MGA TAGUBILIN:
a) Pagsamahin ang lahat sa isang Pranses press.
b) Ang mga gatas stout ay nagdaragdag ng kaunting tamis sa sobrang maitim, roasty note ng mga regular na stout.
c) Upang makatulong na mabuo ang kremay na lasa dito, magdagdag ng dalawang onsa ng cold-brewed na kape at ilang piraso ng kakaw.
d) Ang resulta ay nasa pagitan ng isang maitim, boozy serbesa at isang matamis, bahagyang mapait na café au lait.

63.Gatas Stout na may niyog

MGA INGPULAIENTS:
- 1 bote ng Gatas Stout
- Hindi matamis na niyog
- Nibs ng kakaw

MGA TAGUBILIN:
a) Painitin muna ang oven sa 325 degrees at ilagay ang ginutay-gutay o natuklap, hindi matamis na niyog sa isang baking sheet na nilagyan ng parchment paper.
b) Maghurno ng niyog sa loob ng 3 minuto. Payagan ang paglamig bago idagdag sa coffee press.
c) Magdagdag ng 1-2 kutsara ng bawat sangkap at pakuluan ng 15-20 minuto.

64.Imperyal Stout na may Jalapeno Pepper at Cocoa

MGA INGPULAIENTS:
- 1 kutsarita ng cocoa nib
- isang pares ng mga hiwa ng jalapeno pepper na may mga buto
- 12-onsa na bote ng imperyal stout

MGA TAGUBILIN:
a) Ibuhos ang isang kutsarita ng cocoa nibs sa palayok kasama ang ilang hiwa ng jalapeno pepper na may mga buto.
b) Itaas iyon ng isang 12-onsa na bote ng serbesa.
c) Dahan-dahang pukawin upang palabasin ang mga ground na nakulong sa foam upang mahulog ang mga ito sa serbesa.
d) Hayaang magpahinga ang mga hiwa ng kakaw at pamalaking halagaa sa serbesa sa loob ng 3 minuto.
e) Panghuli, pindutin ang filter nang dahan-dahan at ibuhos ito sa isang baso.

65. Kape -infused Imperyal Stout

MGA INGPULAIENTS:
- 1 kutsara ng paborito mong kape
- ¼ tasa ng pinausukang mga piraso ng oak
- 12-onsa na bote ng Imperyal Stout

MGA TAGUBILIN:
a) Magaspang na gilingin ang isang kutsara ng iyong paboritong kape at idagdag sa isang Pranses press.
b) Magdagdag ng ¼ tasa ng pinausukang mga piraso ng oak.
c) Ibuhos ang isang 12-onsa na bote ng anumang Imperyal Stout sa halo at hayaang mag-infuse sa loob ng 3 minuto.

66.Aged Imperyal Stout na may espresso

MGA INGPULAIENTS:
- 12 ounces ng Aged Imperyal Stout
- Espresso beans at vanilla beans

MGA TAGUBILIN:
a) Maglagay ng maliit na dakot ng butil ng kape sa isang Ziploc bag at basagin ang mga ito gamit ang rolling pin.
b) Hatiin ang isang vanilla bean at i-scrape ang mga buto sa Pranses press.
c) Idagdag ang serbesa at basag na kape.
d) Matarik para sa 15-20 minuto.
e) Matarik na mas mahaba para sa mas malakas na lasa ng kape.

67.Gose na may Prambuwesas

MGA INGPULAIENTS:
- 1 bote ng Gose Serbesa
- Mga raspberry

MGA TAGUBILIN:
a) Magdagdag ng isang dakot o dalawa ng mga sariwang raspberry sa pindutin.
b) Crush ang prambuwesas, at pagkatapos ay ibuhos sa serbesa. matarik.
c) Magdagdag ng ilang frozen na raspberry sa iyong baso bago ibuhos.
d) Ang mga raspberry ay lumikha ng perpektong balanse ng tamis, asin, at tartness.

68. Maputlang Ale na may Luya at Grapefruit

MGA INGPULAIENTS:
- 1 medium pink na suha
- 2 kutsarita tinadtad na sariwang luya
- 12-onsa na bote ng isang Pale Ale

MGA TAGUBILIN:
a) Balatan ang isang medium pink na suha gamit ang isang vegetable peeler, at punitin ito sa mga piraso. Idagdag sa Pranses press.
b) Hatiin ang grapefruit sa kalahati, pagkatapos ay alisin ang isang seksyon ng prutas (laman at alisan ng balat) at i-squeeze sa Pranses press, idagdag ito nang buo sa press.
c) Magdagdag ng 2 kutsarita ng tinadtad na sariwang luya.
d) Ibuhos ang buong 12-onsa na bote sa itaas, hayaang matarik ng 3 minuto, pagkatapos ay pindutin ang filter pababa at ihain.

69.IPA na may Mango & Hops

MGA INGPULAIENTS:
- ½ Champagne na mangga
- ½ onsa ng buong Chinook hops
- 12-onsa na bote ng IPA

MGA TAGUBILIN:
a) Hatiin ang kalahating Champagne mango at idagdag sa Pranses press, pagkatapos ay magdagdag ng halos kalahating onsa ng buong Chinook hops.
b) Itaas ang buong 12-onsa na bote ng IPA.
c) Hayaang matarik nang hindi hihigit sa 3 minuto upang maiwasan ang pagkakaroon ng mas maraming lasa ng halaman mula sa mga hop.

70.Dalawa India Pale Ale na may Grapefruit

MGA INGPULAIENTS:
- Dalawa India Pale Ale
- Suha

MGA TAGUBILIN:
a) Hatiin ang suha at idagdag ang ½ prutas sa pinindot.
b) Bahagyang durugin ang mga segment ng prutas at idagdag ang Dalawa India Pale Ale.
c) Matarik ng 3-5 minuto.

71.Trigo Serbesa na may Pakwan

MGA INGPULAIENTS:
- ¾ tasa cubed watermelon
- ½ onsa vanilla syrup
- 6 na onsa ng trigo serbesa

MGA TAGUBILIN:
a) Sa isang Pranses press, guluhin ang pakwan upang kunin ang katas nito.
b) Salain ang mga piraso ng prutas at anumang buto, iiwan lamang ang katas.
c) Ibuhos ang vanilla syrup, pagkatapos ay punan ang kalahati ng katas ng pakwan.
d) Itaas ang serbesa.
e) Matarik ng 3-5 minuto.

72.Grapefruit Serbesamosa

MGA INGPULAIENTS:
- 6 ounces ng Trigo Serbesa
- 2 onsa Cava
- 2 ounces sariwang suha juice

MGA TAGUBILIN:
a) Paghaluin ang serbesa at cava, magdagdag ng grapefruit juice, at i-steep sa Pranses press sa loob ng 3 minuto.
b) Ihain at magsaya.

73.Saison at Lemon Cookie

MGA INGPULAIENTS:
- Lemon-Ups Cookie
- 12 onsa ng Saison

MGA TAGUBILIN:
a) Magdagdag ng isang dakot ng cookies sa Pranses press.
b) Itaas na may 12 ounces ng Saison, at hayaang matarik ng 3 minuto, pagkatapos ay pindutin ang filter at ihain.

74.Gatas Stout at S'mores

MGA INGPULAIENTS:
- Gatas Stout
- Girl Scouts S'mores

MGA TAGUBILIN:
a) Magdagdag ng isang dakot ng cookies sa Pranses press.
b) Itaas na may 12 ounces ng Gatas Stout, at hayaang matarik ng 3 minuto, pagkatapos ay pindutin ang filter at ihain.

75. Dunkel at Mani Mantikilya

MGA INGPULAIENTS:
- Dunkel Serbesa
- Do-Si-Dos Cookie

MGA TAGUBILIN:
a) Magdagdag ng isang dakot ng cookies sa Pranses press.
b) Itaas na may 12 ounces ng Dunkel, at hayaang matarik ng 3 minuto, pagkatapos ay pindutin ang filter at ihain.

76. Stout at Samoa

MGA INGPULAIENTS:
- Mataba
- Samoas Cookie

MGA TAGUBILIN:
a) Magdagdag ng isang dakot ng cookies sa Pranses press.
b) Itaas na may 12 ounces ng Stout, at hayaang matarik ng 3 minuto, pagkatapos ay pindutin ang filter at ihain.
c) Ang toasted coconut at caramel ay nagbibigay nito ng sapat na kapansin-pansing lasa sa itaas ng base serbesa para maging sulit ang eksperimento. Ang likas na katangian ng mga malagkit at chewy na cookies na ito, gayunpaman, ay malamang na nagpahirap sa kanila na masira at maging higit na tampok sa inumin na ito.

77. Barley wine at Toffee

MGA INGPULAIENTS:
- Barley wine Ale
- Toffee-Tastic Cookie

MGA TAGUBILIN:
a) Magdagdag ng isang dakot ng cookies sa Pranses press.
b) Itaas na may 12 ounces ng Barley wine, at hayaang matarik ng 3 minuto, pagkatapos ay pindutin ang filter at ihain.
c) Patakbuhin ito sa pamamagitan ng ilang dagdag na mesh strain, dahil mahalaga ang cookie trub sa isang ito. Siguro hayaan itong magpahinga nang mas matagal kung gusto mong makapasok ang cookie gaya ng nilalayon.

78.IPA at Malaking halaga Tsokolate

MGA INGPULAIENTS:
- IPA
- Manipis na Malaking halagas Cookie

MGA TAGUBILIN:
a) Magdagdag ng isang dakot ng cookies sa Pranses press.
b) Itaas na may 12 ounces ng anumang IPA, at hayaang matarik ng 3 minuto, pagkatapos ay pindutin ang filter pababa at ihain.

79. Maputlang Serbesa Alster

MGA INGPULAIENTS:
- 1 tasang lemon/lime soda
- 1 tasang maputlang serbesa serbesa

MGA TAGUBILIN:
a) Idagdag ang lemon-lime soda sa isang malaking baso ng serbesa.
b) Pagkatapos ay ibuhos ang serbesa serbesa habang angling ng baso upang maiwasan ang labis na pagbuo ng bula.

80.Radlermass

MGA INGPULAIENTS:
- 1 tasa ng serbesa
- 1 tasa ng carbonated lemon-lime na inumin
- yelo
- 1 lemon twist (palamuti)

MGA TAGUBILIN:
a) Pagsamahin ang pantay na bahagi ng serbesa at lemon-lime soda sa kaunting yelo.
b) Ihain na may lemon twist na palamuti.

81. Serbesa Shandy

MGA INGPULAIENTS:
- ang iyong paboritong serbesa
- ang iyong paboritong lemon-lime soda, pinalamig

MGA TAGUBILIN:
a) Ibuhos ang kalahati ng bawat inumin nang dahan-dahan sa isa o dalawang matataas na baso ng serbesa.
b) Enjoy.

82. Mexican Michelada

MGA INGPULAIENTS:
- 12-onsa Mexican serbesa serbesa
- 3 kutsarang katas ng kalamansi
- 1 kutsarang salsa juice, pilit
- 1 kutsarita ng Worcestershire sauce
- 1 kutsarita ng mainit na sarsa
- Ice, para ihain

MGA TAGUBILIN:
a) Sa baso, haluin ang katas ng kalamansi, katas ng salsa, sarsa ng Worcestershire, at mainit na sarsa.
b) Punan ang baso ng yelo.
c) Itaas ang serbesa at haluing malumanay.

83. Klasikong Shandy

MGA INGPULAIENTS:
- 6 ounces pale ale o serbesa serbesa
- 6 na onsa ng luya ale, luya serbesa, lemon-lime soda, o sparkling na limonada
- Para sa palamuti: lemon wedge
- 1 gitling ng mapait

MGA TAGUBILIN:
a) Idagdag ang serbesa at mixer sa isang baso at haluin nang malumanay upang pagsamahin.
b) Palamutihan ng lemon wedge.

84. Serbesa margarita

MGA INGPULAIENTS:
- 6 onsa Maaaring mag-freeze ng puro Limeade
- 6 - onsa Tequila
- 6 onsa Serbesa

MGA TAGUBILIN:
a) Pagsamahin ang mga sangkap sa isang Pranses press.
b) Pahintulutan ang steeping ng ilang minuto.
c) Ibuhos ang mga nilalaman sa yelo sa isang baso.

85.Pale Serbesa na may Sikat ng araw

MGA INGPULAIENTS:
- 1 lata ng maputlang serbesa
- 1½ ounces ng bourbon
- Sparkling Ice Lemon Lime
- Lemon (palamuti)

MGA TAGUBILIN:
a) Sa isang pint na baso, ibuhos ang serbesa sa isang anggulo upang maalis ang ulo.
b) Magdagdag ng bourbon.
c) Itaas na may Sparkling Ice Lemon Lime.
d) Palamutihan ng lemon wedge.

86.Cinco

MGA INGPULAIENTS:
- 12 ounces Modelo Negra
- 1-onsa na jalapeno-infused reposado tequila
- 1 onsa Chile liqueur
- 1 onsa sariwang katas ng kalamansi
- ½ ounces agave
- Maanghang na sili asin
- Lime wheel

MGA TAGUBILIN:
a) Rim ng highball glass na may maanghang na sili asin.
b) Magdagdag ng tequila, Chile liqueur, sariwang kalamansi, at agave sa isang shaker.
c) Iling at salain sa sariwang yelo. Ibabaw ng serbesa.
d) Ihain ang natitirang Modelo Negra kasama ang cocktail.
e) Palamutihan ng spicy salt rim at lime wheel.

87.Bacardi Lime Shot na may Serbesa

MGA INGPULAIENTS:
- 12 bahagi ng Serbesa
- 1 bahagi ng Bacardi Lime

MGA TAGUBILIN:
a) Ibuhos ang serbesa sa isang baso.
b) Ibuhos ang Bacardí Lime flavopula rum sa isang shot glass at pagkatapos ay ibuhos ito sa serbesa.

88. Fidelito

MGA INGPULAIENTS:
- 12 ounces Modelo Negra
- 1 ½ ounces Casa Noble Reposado Tequila
- ½ ounces Pimm's The Original No. 1 Cup
- 1-onsa katas ng kalamansi
- 1 ounces vanilla syrup
- 2 gitling mapait
- dahon ng malaking halaga

MGA TAGUBILIN:
a) Paghaluin ang lahat ng sangkap sa isang shaker na may yelo, hindi kasama ang Modelo Negra at dahon ng malaking halaga.
b) Iling at ibuhos sa yelo. Nangunguna sa Modelo Negra.
c) Ihain ang natitirang serbesa na may cocktail. Palamutihan ng dahon ng malaking halaga.

89. Lambic na may Fizzy Citrus

MGA INGPULAIENTS:
- 2 Meyer lemon, tinadtad
- 1/3 tasa ng butil na asukal, hinati
- 25-onsa na bote ng lambic serbesa
- 25-onsa na bote ng dry cider

MGA TAGUBILIN:
PARA SA MEYER LEMON SIMPLE SYRUP:
a) Haluin ang 1/3 tasa ng granulated sugar kasama ng 1/3 tasa ng tubig sa isang maliit na kasirola.
b) Init sa medium-low heat, paminsan-minsang pagpapakilos hanggang sa kumulo ang likido at ganap na matunaw ang asukal. Ibuhos ang syrup sa isang mangkok na ligtas sa init at palamig sa temperatura ng kuwarto.
c) Kapag lumamig, ihalo ang Meyer lemon juice.

PARA SA MGA COCKTAIL:
d) Pagsamahin ang lambic, cider, at citrus-infused na simpleng syrup sa isang Pranses press.
e) Matarik ng ilang minuto.
f) Ihain at magsaya.

90.Guinness at Kumikinang alak

MGA INGPULAIENTS:
- 3 ounces sparkling na alak
- 3 ounces stout serbesa, parang Guinness

MGA TAGUBILIN:
a) Ibuhos ang sparkling na alak sa isang Pranses press,
b) Ibuhos sa mataba.
c) Hayaang umupo nang isang minuto o higit pa upang payagan ang mga lasa na magpakasal
d) Ihain kaagad.

91. Champagne Mules

MGA INGPULAIENTS:
- 2 ounces ml vodka
- 2 onsa sariwang katas ng kalamansi
- 4 na onsa ng luya serbesa
- Pinalamig na Champagne (o prosecco), para sa topping
- Lime wedges, para sa paghahatid
- Malaking halaga, para sa paghahatid

MGA TAGUBILIN:
a) Ibuhos ang vodka at sariwang lime juice sa dalawang baso, pagkatapos ay itaas ang bawat baso ng luya na serbesa.
b) Ibuhos ang champagne pagkatapos ay palamutihan ng kalamansi at malaking halaga.
c) Ihain nang malamig.

92.Dalawa Imperyal Stout na may Mantikilyafinger

MGA INGPULAIENTS:
- 12 ounces ng dalawa imperyal stout
- Mantikilyafinger

MGA TAGUBILIN:
a) I-choarsely chop ½ ng isang Mantikilyafinger candy bar bago ito idagdag sa press.
b) Idagdag ang dalawa imperyal stout.
c) Hayaang matarik ang isang ito sa loob ng 15-20 minuto.
d) Ang mani mantikilya ay nagdadagdag ng isang magandang mayaman, tamis sa na indulgent matapang.
e) Itaas na may ice krema para makagawa ng serbesa float.

93.Amber Serbesa May lemon at malaking halaga

MGA INGPULAIENTS:
- ½ limon, pinaasim
- isang malaking dakot ng punit-punit na dahon ng malaking halaga
- 1 bote ng amber Serbesa

MGA TAGUBILIN:
a) I-zest ang kalahati ng lemon, pagkatapos ay idagdag ang mga shavings sa iyong press kasama ang isang malaking dakot ng punit-punit na dahon ng malaking halaga.
b) Idagdag ang iyong serbesa, pagkatapos ay maghintay.
c) Ang malaking halaga ay magdaragdag ng nakakapreskong halamang gamot note, habang ang lemon ay nag-aambag ng kaunting tartness sa aftertaste.

94.Porter at Reese's Mani Mantikilya Cups

MGA INGPULAIENTS:
- 12 ounces ng isang porter
- Reese's Mani Mantikilya Cups

MGA TAGUBILIN:
a) Hiwain nang magaspang ang candy bar bago ito idagdag sa Pranses press.
b) Idagdag ang porter.
c) Hayaang matarik sa loob ng 15-20 minuto.

95.Pilsner at M&M's

MGA INGPULAIENTS:
- 12 ounces ng pilsner
- M&M's

MGA TAGUBILIN:
a) Idagdag ang M&M's sa Pranses press.
b) Idagdag ang pilsner.
c) Hayaang matarik sa loob ng 15-20 minuto.

96.Belgian Itim Ale & Snickers

MGA INGPULAIENTS:
- 12 ounces ng Belgian Itim ale
- 2 Snicker Bar

MGA TAGUBILIN:
a) Hugasan nang magaspang ang snickers bar bago ito idagdag sa Pranses press.
b) Idagdag ang Belgian Itim ale.
c) Hayaang matarik sa loob ng 15-20 minuto.

97.Imperyal Stout na may langutngot

MGA INGPULAIENTS:
- 12 ounces Imperyal Stout
- 1 tasang Cinnamon Toast Crunch

MGA TAGUBILIN:
a) Magdagdag ng isang tasa o higit pa ng Cinnamon Toast Crunch cereal sa isang Pranses press.
b) Itaas na may isang imperyal stout, at matarik sa loob ng 15-20 minuto.

98.Dagdag Espesyal kasama

MGA INGPULAIENTS:
- Extra Special Bitter tulad ng Ale Smith Anvil ESB
- 1 tasang Cheerios

MGA TAGUBILIN:
a) Magdagdag ng isang tasa o higit pa ng Cheerios sa isang Pranses press.
b) Itaas na may dagdag na espesyal na mapait, at matarik sa loob ng 15-20 minuto.

99.Kix at Gose

MGA INGPULAIENTS:
- 1 tasang Kix Cereal
- Gose Serbesa

MGA TAGUBILIN:
a) Magdagdag ng isang tasa ng kix cereal sa isang Pranses press.
b) Itaas ang isang Gose serbesa, at pakuluan ng 15-20 minuto.

100. Scotch Ale at Cocoa Puffs

MGA INGPULAIENTS:
- 1 bote ng Scotch Ale
- 1 tasang Cocoa Puffs

MGA TAGUBILIN:
a) Magdagdag ng isang tasa ng cocoa puffs sa isang Pranses press.
b) Itaas na may scotch ale, at pakuluan ng 15-20 minuto.

KONGKLUSYON

Sa pagtatapos ng " Ang Magkapanabay Serbesa Paggawa Hanbuk," umaasa akong ang iyong mga pakikipagsapalaran sa paggawa ng serbesa ay pinayaman ng bagong kaalaman, pagkamalikhain, at panlasa para sa matapang. Ang hanbuk na ito ay higit pa sa isang gabay; ito ay isang pagdiriwang ng walang katapusang mga posibilidad na inaalok ng kontemporaryong serbesa paggawa sa mga taong maglakas-loob na galugarin.

Salamat sa pagsama sa akin sa paglalakbay na ito sa mundo ng modernong paggawa ng serbesa. Nawa'y ang mga diskarteng natuklasan mo at ang matatapang na lasa na ginawa mo ay maging pundasyon ng iyong pamana sa paggawa ng serbesa. Habang ninanamnam mo ang mga huling patak ng iyong maselang ginawang mga serbesa, nawa'y maging toast ang mga ito sa pagbabago, lasa, at walang katapusang potensyal na nasa loob ng bawat brewer.

Narito ang pagtataas ng iyong mga brews, pagtanggap ng mga sariwang diskarte, at pagtangkilik sa makulay na tapestry ng mga lasa na tumutukoy sa kontemporaryong karanasan sa paggawa ng serbesa. Hanggang sa aming susunod na brewing adventure, tagay at maligayang paggawa!

www.ingramcontent.com/pod-product-compliance
Lightning Source LLC
Chambersburg PA
CBHW071859110526
44591CB00011B/1483